தீக்குளித்துப் பிழைத்த தேகம்

D1771940

மு.வெ

படி வெளியீடு
எண்: 9, பிளாட் எண்: 1080A, ரோஹிணி பிளாட்ஸ்
முனுசாமி சாலை, கே.கே.நகர் மேற்கு,
சென்னை – 600 078. பேச: 99404 46650

வெளியீட்டு எண்: 0139

தீக்குளித்துப் பிழைத்த தேகம் (கவிதை),
ஆசிரியர்: மு.வெங்கடேசன்©
Theekkulithu pizaitha dhegam (Poem),
Author: **Mu.Venkatesan**©
Printed in India
1st Edition: NOV - 2022
ISBN No: 978-93-95285-19-3
Pages - 112
Rs - 130

Publisher • Sales Rights

Padi Veliyeedu
(A Division Of Discovery Publications)
No: 9, Plot:1080A, Rohini Flats,
Munusamy Salai,
K.K.Nagar West, Chennai - 78.
Tamilnadu, India.
Mobile: +91 99404 46650

Discovery Book Palace (P) Ltd
No:1055-B, Munusamy Salai,
K.K.Nagar West,
Chennai - 600 078.
Tamilnadu, India.
Ph: (044) 4855 7525
Mobile: +91 87545 07070

discoverybookpalace@gmail.com
WWW.DISCOVERYBOOKPALACE.COM

இந்த நூலில் பிரசுரமாகியுள்ள எந்த ஒரு பகுதியையும் பதிப்பாளரின் எழுத்துபூர்வமான முன்அனுமதி பெறாமல் எடுத்தாள்வதோ, மறுபிரசுரம் செய்வதோ, மொழியாக்கம் செய்வதோ, அச்சு மற்றும் மின்னணு ஊடகங்களில் மறுபதிப்பு செய்வதோ, காப்புரிமைச் சட்டப்படி தடை செய்யப்பட்டுள்ளது. இந்த நூலிலிருந்து குறிப்பிட்ட பகுதிகளை மேற்கோள் காட்டி புத்தக விமர்சனம் செய்ய, ஊடகங்களுக்கு மட்டும் அனுமதி உண்டு.

உங்கள் மொபைல் போனிலிருந்து ஸ்கேன் செய்து டிஸ்கவரி புக் பேலஸின் மொபைல் ஆப்பை டவுன்லோடு செய்து, புத்தகங்களை வாங்குங்கள்.

சமர்ப்பணம்
என் நல விரும்பிகள் அனைவருக்கும்...

VIT UNIVERSITY
(Estd. u/s. 3 of UGC Act 1956)

Dr. G. VISWANATHAN
Founder & Chancellor
Former Member of Parliament
Former Minister, Govt. of Tamil Nadu
President, Education Promotion Society for India, New Delhi

வாழ்த்துரை

முனைவர் மு.வெங்கடேசன் அவர்களது ‘தீக்குளித்துப் பிழைத்த தேகம்’ கவிதைத் தொகுப்பு வாசிக்கக் கிடைத்தது. கொரோனா பேரிடர் காலத்தில் எழுந்த உணர்வுகளின் வடிகாலாக இக்கவிதைத் தொகுப்பு இருக்கின்றது. கொரோனா பெருந்தொற்று, மனித சமூகத்தில் உறங்கிக் கிடந்த மனிதநேயத்தை மீட்பதாக அமைந்துவிட்டது. நம்பமுடியாத இழப்புகளையும் பேரதிர்ச்சியையும் நமக்குள் ஏற்படுத்திச் சென்றுவிட்டது. பெருந்தொற்றுக் காலத்தில் நாம் கற்றுக்கொண்ட பாடங்கள், நம்மைப் புதிய வாழ்வியல் நெறிமுறையை நோக்கி நகர்த்துகின்றன. இயற்கையோடு இயைந்த சங்கத் தமிழனின் வாழ்க்கையைப் பின்னோக்கித் திரும்பிப் பார்க்க வைக்கின்றது. சமகால மக்களின் ரசனையைச் சொல்லும் ‘அசோகவனம் அமேசானில் கிடைக்கிறது’. வழியெங்கும், அடக்கம் செய்ய இயலாமல் துணியால் போர்த்தப்பட்டுக் கிடக்கும் காட்சி, தனியார்மயமாகிவிட்ட மருத்துவம், சிறு குறு தொழில்கள் முடங்கிய நிகழ்வு போன்றவற்றைத் தனது எளிய நடையில் கவிதையாக வடித்துள்ளார்.

‘சீனாவும் இத்தாலியும்
சிதைகளுக்குத் தீமூட்ட
இந்தியா கோமியம்
தெளித்து கொரோனாவை...’

மக்களிடையே இருந்த மூடத்தனத்தைக் கவிதையின் வாயிலாகப் பகடி செய்கின்றார். ‘வீட்டிலேயே இருசாமி’ எனும் கவிதையானது நாட்டுப்புற பாடல் வடிவில் அமைந்திருக்கின்றது. கொரோனா பேரிடர் ஒவ்வொருவரிடையேயும் மாபெரும் தாக்கத்தை ஏற்படுத்திச் சென்றுள்ளது. அந்தத் தாக்கத்தின் வெளிப்பாடாக இக்கவிதை நூலானது வெளிவந்துள்ளது. நவீன தமிழ்க்கவிதை உலகில் மெல்ல நடைபோடத் துவங்கி இருக்கும் முனைவர் மு.வெங்கடேசன் அவர்கள், செரிவான கவிதைகளை எதிர்காலத்தில் தமிழ்ச்சமூகத்துக்கு வழங்க இன்னமும் நடைபோட வேண்டும். நூலாசிரியருக்கு வாழ்த்துகள்.

தமிழன்புடன்

வேந்தர் கோ.விசுவநாதன்

21.07.2022

அணிந்துரை

கவிதை என்பது நுண்மையின் அழகியல். மேலும் சிக்கலான எளிமை. எல்லாமும் கவிதையாகும் அதேசமயம் எல்லாமும் கவிதையாகிவிடாது என்பதுதான் கவிதையியலின் குரூரமான விதி.

சிலசமயம் புதுக்கவிதைகளைப் பிடிக்க முயல்கிறார். சிலசமயம் புதுக்கவிதையிலிருந்து நவீனக் கவிதையின் கிளையைத் தாவிப் பிடிக்க முயல்கிறார். வட்டார மொழியில் கவிதை செய்ய முயலும்போது கூடுதலாக உயிர்ப்போடிருக்கிறார் மு.வெ.

அனைத்தையும் கவிதைக்குள் கொண்டுவர எத்தனிக்கும் மு.வெ, கொரோனா காலத்து அனுபவங்களை, காட்சிகளை, செய்திகளை இந்நூலில் முதன்மைப்படுத்தியிருக்கிறார். இன்னும் கொஞ்சம் திரண்டால் அருமையான கவிதையாகிடும் என்பதுபோல நிறைய முயற்சிகள் உள்ளன இந்த நூலில்.

'முட்புதர்களால் மண்டிக்கிடக்கும்

பொருளாதாரப் பூங்காவில்

மத்திய அரசும் மாநில அரசும்

சறுக்கு மரம் விளையாடுகின்றன'

என்கிற அரசியல் அங்கதம் நிறைந்த கவிதைகளைப்போல நிறைய முயலுங்கள். கவிதையை நேசிப்பவர்களை அது கைவிடாது. வாழ்த்துகள்!

வெய்யில்,
இதழாசிரியர்,
ஜூனியர் விகடன்.

என்னுரை

வாசகர்களுக்கு வணக்கம்!

கொரோனா தீநுண்மி, மனித இனம் செய்வித்த மன்னிக்க முடியாத தவறுகளையும், அதேவேளையில், மங்கிக் கிடந்த மனிதநேயத்தை மலிவு விலையில் கிடைக்கச் செய்து மரணமில்லாப் பெருவாழ்வு வாழ ஒருவருக்கொருவர் உதவிக்கரம் நீட்டி உளச்சான்றின்படி வாழ்வதுவே என்பதை எடுத்துரைத்துள்ளது.

கொரோனா தீநுண்மியானது அயல்நாட்டுச் சதியா, மூன்றாம் உலகப் போரா... இல்லை, இயற்கையின் அநீதியா என்ற கருத்துகள் ஊடகங்களில் உலவி வந்த ஊரடங்கு காலத்தில் நான் அனுபவித்த நிகழ்வுகளை, செய்தித்தாள் வாசிப்பின் மூலம் அறிந்த செய்திகளை, செவிவழிக் கேட்டு உணர்ந்த வலிகளை என் கவிதை மொழியில் உங்களிடம் கொண்டு சேர்க்கும் முயற்சியே இந்தக் கவிதைத் தொகுப்பு - 'தீக்குளித்துப் பிழைத்த தேகம்'.

இந்தக் கவிதைகளை வாசிக்கும் நிகழ்காலத் தலைமுறை யினருக்குத் தாங்கள் உயிரோடு உலாவி வருவதை எண்ணிப் பெருமூச்சு விடவும், வருங்காலத் தலைமுறைக்கு வரலாற்றுச் செய்தியாகவும் அமையும் என்பது எனது நம்பிக்கை.

தன்னம்பிக்கையுடன்,

மு.வெ.

உள்ளே...

1. அசோகவனம் அமேசானில் கிடைக்கிறது — 11
2. எலும்பு பால் — 12
3. துண்டித்த பின் துடித்த இதயம் — 13
4. டம்ளர் தண்ணீர் — 14
5. பெயர் மாற்றிக்கொள்வோமா? — 16
6. வெடிமருந்தின் வாசம் — 19
7. கோவிட் 19 — 20
8. தளர்வு — 23
9. கொரோனாவே உனைக் காத்துக்கொள் — 24
10. லெட்சுமணக் கோடு — 26
11. தொட்டில் பழக்கம் — 27
12. கந்துவட்டிக் கொரோனா — 28
13. வீட்டிலேயே இரு சாமி — 31
14. நம்பிக்கையின் குவியம் நாளை திறக்கிறது — 33
15. சக்கரத்தாழ்வார்க்கே சவால் — 34
16. மனுநீதிச் சோழன் இல்லா உலகம் — 37
17. முடிகள் முளைத்த மொட்டை மாடி — 38
18. பசித்த பூமி — 41
19. திதி கொடுத்து வாங்கும் அட்சயதிருதி — 42
20. 50% — 44
21. ஜக்கம்மா சொல்றா — 45
22. முடி உதிர்வு — 49
23. அக்னி நட்சத்திரம் — 50

24. சிக்கனச் சிரிப்பு	54
25. வறக்காப்பி	55
26. உயிர் உறிஞ்சித் திருவிழா	60
27. கரி புடிச்ச இட்லிக்குண்டா	65
28. சிவந்த தண்ணீர் குளம்	70
29. அனுதினமும் அன்னையர் தினம்	71
30. தீக்குளித்துப் பிழைத்த தேகம்	74
31. வெண்ணிலா சிரிப்பு	75
32. நெறி கட்டிய நெஞ்சம்	77
33. வெட்டுக்கிளி	79
34. சிவனே கதினு செவனேனு கிடந்திருப்பேன்	80
35. சுயசார்பு முடிதிருத்தகம்	85
36. ஆமாஞ் சாமி	87
37. மலிவு விலையில் மனிதன்	89
38. இனி சொல்வதற்கு ஒன்றும் இல்லை	90
39. எழுதி வச்சுக்கோ	93
40. பல் படாத பருப்புவடை	94
41. புலம்பெயர்ந்த...	97
42. உமிழா வெறுப்புகள்	99
43. வெள்ளை அல்வா	101
44. களவாணிகளின் கைகளிலும் கருப்புக்கொடி	104
45. வாகைத்திணையின் வாசம்	105

அசோகவனம் அமேசானில் கிடைக்கிறது

காலத்திற்கேற்ப கால நேரமும்
தன்னைப் புதுப்பித்துக்கொள்ள
14 வருடம் 14 நாட்களாய்
சுருங்கிப்போய்விட்டது

வனவாசம் கொரோனா வாசமாக
வெளியில் இருந்து வந்த
ராமர்களெல்லாம்
அசோகவனத்தில் 14 நாட்கள்
தனிமைப் படுத்தப்பட்டுள்ளனர்

அவர்கள் ராமன்தானா
இராவணனன் இல்லையா என்றால்
அங்கேயும் விவாதமேடை அரங்கேற
வீட்டில் வேலையற்ற நேரத்தில்
சீதை லெட்சுமணன் அனுமன் எல்லாம்
நெட்பிளஸ்-ல் மகாபாரதம் பார்க்கிறார்கள்

நாளை அசோகவனம் அமேசானில்

❖

எலும்பு பால்

பால் காய்வதற்குள்
வீட்டைக் கூட்டி
சுத்தப் படுத்திவிடலாம்
என்று எண்ணிச் சென்றாள்
அரசி

ஊரடங்கு முடிகையில்
கொரோனா பாதிப்பை
கட்டுக்குள் கொண்டுவந்துவிடலாம்
என்று எண்ணியிருந்தது அரசு

திரும்பி வந்து பார்க்கையில்
பாலும் பாதிப்பும் பொங்கியிருந்தது

மிஞ்சிய பாலைக் கொண்டு
எரிந்த சடல எலும்புகளின் மேல்
மரியாதையின்றி
ஊற்றப் பெற்ற பால்
வழிந்து ஓடுகிறது
❖

துண்டித்த பின் துடித்த இதயம்

மேம்பாலத்திற்குக் கீழும்
சாலை ஓரத்திலும்
பேருந்து மற்றும் இரயில்
நடைமேடையிலும்
போர்த்தப்பட்டுக் கிடந்த
மனித உடல்களைக் கடக்க
காய்ந்து விழும்
தென்னை மட்டையில்
தலை தப்பிய அச்சம்
என்னுள்ளே சட்டென்று
என் அனுமதியின்றி
நுழைந்து விடுகிறது

வயிறு சுருங்கி
விரிவதைப் பார்த்தபின்தான்
உள்ளிழுத்த மூச்சு
வெளிவருகிறது

❖

டம்ளர் தண்ணீர்

நிரம்பாத
டம்ளர் தண்ணீரில்
விழுந்த எறும்பு
உயிருக்குப் போராடுகிறது

மருத்துவர்கள்
எறும்பின் உயிரைக்
காப்பாற்றுவதாய்
துளித்துளியாய்
நீரைச் சேர்க்க
டம்ளர் நிரம்புகிறது

அவசர சிகிச்சை
என்ற பெயரில்
டம்ளர் தண்ணீர் எறும்பு
சொம்பு தண்ணீரில்
ஊற்றப் படுகிறது

பத்தாக்குறைக்கு
தீவிர சிகிச்சைப்
பிரிவுக்கு மாற்றப் படுவதாய்
குடத்துத் தண்ணீரில் ஊற்றப் பெற்று
வடிகட்டப் படுகிறது

மருத்துவம்
தனியார்மயம்
ஆகாமல் இருந்திருந்தால்
டம்ளரில் இருந்தபடியே
விரல் நுனியில் எறும்பை
ஏந்தி மீட்டிருக்கலாம்

முறி மருந்தில்லா
கொரோனா பாதிப்பும்
ஏற்பட்ட ஒன்றல்ல
ஏற்படுத்தப்பட்ட ஒன்று
என்று எண்ணித் துணிக
கருமம் ஆகிறது

இப்பொழுதெல்லாம்
செலவழித்த பின்
'சிகிச்சை பலனின்றி உயிரிழப்பு'
என்ற செய்தி வாக்கியம்தான்
அதிகம் காதில் விழுகிறது
❖

பெயர் மாற்றிக்கொள்வோமா?

கொரோனாவே
நானும் உன்னைப் போலத்தான்
கனவு கண்டேன்
கண்டு கொண்டிருக்கிறேன்

மோடி முதல் ட்ரம்ப் வரை
விளாடிமிர் புடின் முதல்
மோரிஸ் ஜான்சன் வரை
என் பெயர் அனுதினமும்
உச்சரிக்கப்பட்டு
உச்சரிக்கப்பட்டு
அவர்கள் உதடு வீங்க வேண்டும்

பத்திரிகைகள்
வானொலிகள்
தொலைக்காட்சிகள்
வேறு வழியின்றி
தலையங்கமாய்
விவாதப் பொருளாய்
முழு நேரமும்
முக்கிய செய்தி
முக்கிய செய்தியென்று
மூச்சுக்கு மூவாயிரம் முறையேனும்
என்பெயரை முகர்ந்துகொள்ள வேண்டும்

வரவிருக்கும்
வரலாற்றுப் புத்தகங்ககள்
எல்லாம் தன் வாயில்
கதவுகளை என் பெயரின்
பதிவிற்காக
வாய்பொளந்து மூடி
வாய்பொளந்து மூடிக்
கொண்டே இருக்க
வேண்டும்

நான் வாழ்ந்து
கொண்டிருக்கும் போதே
நூலகங்கள்
சுற்றுலாத் தளங்கள்
பூங்காக்கள்
வீதிகள் எல்லாம்
எனது பெயரைச்
சூடிக்கொண்டு
சூடிக்கொண்டிருக்க
அதை நான் சுகிக்க
வேண்டும்

எனது வாழ்வில்
அரசியல் பிழை
நிகழ்த்தியவர்கள் எல்லாம்
எனது பெயரை
அர்ச்சிக்க அர்ச்சிக்க
நான் அனுதாபம்
கொள்ள வேண்டும்

இலக்கியத்திற்கான
நோபல் பரிசுக்கு
இயன்றவரை என் பெயருக்கும்
எனது கவிதை நூல்களுக்குமே
சிபாரிசு செய்யவேண்டும்

அதுவரை அமைதியாய்
இருந்த கரோனா
இதைக் கேட்டதும்
பல்கடித்து எதோ முனவியது

என்ன செய்வது
என் தாய்மொழி எனக்கு
உள்ளுவதெல்லாம்
உயருள்ளல் என்றுதானே
கற்றுக் கொடுத்திருக்கிறது

நமக்குள் ஒரே ஒரு
வித்தியாசம்தான்
நீ தீவினை பிதற்றுகிறாய்
நான் நல்வினை நோக்குகிறேன்

சரி வா கொரோனாவே
நாம் தற்காலிகமாய்
பெயர் மாற்றிக்கொள்வோமா
❖

வெடிமருந்தின் வாசம்

தீபாவளிக்கு இன்னும் நாளிருக்க
படுக்கையில் சாயும்போதும்
விழித்து எழும்போதும்
வெடிமருந்தின் வாசம் வீசுகிறது

கொரோனா தன் கைகளில்
ஏந்தி தீ பற்ற வைத்து
தூக்கி வீசிய நாட்டுவெடி
சிறு குறு தொழில்கள்
புலம் பெயர்ந்த மக்கள்
வேலைவாய்ப்பு முகாம்கள் மீது விழ
வேர் பிடுங்கிய மண்ணாய்
வெடித்துச் சிதறி வாசம் வீசுகிறது

❖

கோவிட் 19

இனியவளே
உன் இதய
ராஜாங்கத்தின் முன்னே
சிம்ம வாகனத்தில்
வந்து இறங்கினேன்

உன் இதய
வால்வுகளை என்
லப்டப் ஓசையால்
திறக்க முனைந்தேன்

திறந்த நீயோ
உன் கை கால்களை
கழுவிவிட்டு நுழையும்படி
உத்தரவு பிறப்பித்தாய்
மறுக்கவில்லை

கால்களை
எடுத்து வைத்தபோதே
கைகளை நீட்டச் சொல்லி
கிருமிநாசினியைத்
தெளித்தாய்
மறுக்கவில்லை

நுழைவு மாடத்தில்
மாட்டியிருந்த
கண்ணாடிப் பேழையில்
உன் பனி படர்ந்த
முகத்தினை
கண் கொள்வதற்குள்
தெர்மல்ஸ்கேன் செய்தாய்
மறுக்கவில்லை

வெப்பம்
வேண்டுமென்றே
அதிகமாக உள்ளது
வெளியே நில் என்றாய்

உன்னைக்
கண்டாள்தான்
என் கட்டுடல் வெப்பம்
குறைந்து குளிர்
கவிதையாகுமடி என்றேன்

ஒரு மீட்டர்
இடைவெளியில்
அனுமதித்தாய்

நேர்க்கொண்ட
பார்வையாய்
நான்கு விழிகள்
சந்தித்தபோது
உன் முந்திரி கேக்
மூக்கினை முகக் கவசத்தால்
மூடியிருந்தாய்

அடப் போடி
நீ அலட்டிக்காமல்
ஒத்துழைத்தாள்
உன் முழு கவசமாய்
நானே உருமாறுவேன்
என்றேன்

அவசரக் கொடுக்கே
நான் ஆரம்ப சுகாதார நிலையம்
மே 17 வரை நடைபெறும்
என்றதும்
உரலில் இடித்து
உதிரம் சிந்துவதாய்
ஓர் உணர்வு.
❖

தளர்வு

தளர்வாள்
மிதக்கும் மேகமும்
பறக்கும் பறவையும்
நம் ஆடையை ஆட்டிச்
செல்லும் காற்றும்
சலங்கை அணியாமல்
சலசலக்கும் மர இலையும்
சொந்தவூர் சொந்தங்களும்
தளர்வின்மையால்
வீட்டில் தஞ்சமடைந்திருக்கும்
தலைநகர வாசிகளிடம் கேட்கும்
கேள்வி இதுதான்

இனிமேலாவது எங்களை
கண்டு கொள்வீர்களா?
❖

கோரோனாவே உனைக் காத்துக்கோள்

கை குலுக்க
வரும் கொரோனாவே
தமிழ் வணக்கம்

நீர் எங்கு
வேண்டுமானாலும்
நுழைந்து விடலாம்

ஆனால்
ஏறுவரிசை வயதுடைய
திருமணமாகாத
ஆண்கள் பெண்கள்
வீட்டில் மட்டும்
நீ ஏற்றம் பெற முடியாது
என்றேன்

ஏன் என்று
கர்ஜனை செய்தது
கொரோனா

அவ்வீட்டில்
நுழையும் முன்னே
கௌரி பாஞ்சாங்கம்
பார்த்துதான் உனை
அனுமதிப்பார்கள்
என்றேன்

அப்புறம் என்ன
கொரோனாவும்
காதல் பரத் ஆகிச்
சென்றது
❖

லெட்சுமணக் கோடு

சுழலும் மின் விசிறியின்
நிழல் சுவரில் சுற்றி
வருவதைப் போல
மாநகரப் பேருந்து
மண்டலத்திற்கு உள்ளேயே
சுற்றி வருகிறது

மக்கள் பணிக்கும்
படிப்புக்கும் மண்டலத்தின்
லெட்சுமணக் கோடுகளைத்
தாண்டி வெகு நாட்களாச்சு
❖

தொட்டில் பழக்கம்

விழி மூடி விழித்திருக்கும்
முதலையின் அருகே நின்று
செல்ஃபி எடுக்கும் மனிதர்களாய்
அதன் விபரீதம் அறியாமல்
சுற்றித் திரிபவர்கள் உடலில்
கொரோனா தொட்டில் கட்டி
ஆடி வருகிறது

தொட்டில் பழக்கம்
சுடுகாடு வரைக்கும்
இழுத்துச் செல்கிறது
❖

கந்துவட்டிக் கோரோனா

சீனாவும் இத்தாலியும்
சிதைகளுக்குத் தீ மூட்ட
இந்தியா கோமியம்
தெளித்துக் கொரோனாவை
வரவேற்றுக் கொண்டிருந்தது

கொரோனாவின்
உளவுச் செவிகளுக்கு
தீனியாய் நேற்று
கோயம்பேடு உருமாறிப் போனது

கொரோனா

மாசுக்காற்றின்
மதி கொளுத்த
மன்னன்

ரேடார் விமானமாய்
மனிதக் கண் முன்னே
மறைந்திருக்கும்
மாறுவேடன்

உயிர் பரிப்பு
தேர்வில் உலக
முதலிடம் பெற்ற
உயிர்க்கொல்லி

சளியைத்
தொடுத்து
பழியை
எதிர்நோக்கும் பாவி

இளம் வயதிலேயே
இருமல் படிப்பில்
செம்மல் பட்டம்
பெற்றது

காய்ச்சலில்
ஒரு பாய்ச்சல்
காட்டும்
உசேன் போல்ட்

இறப்பு விகிதத்தில்
தனக்கான இட ஒதுக்கீட்டைப்
பெற்றப் பிரதிவாதி

இரங்கல் கவிதையின்
எழுச்சி உண்டாக்கிய
கவிஞர்

மனிதக் குருதியை
மல்லாக்கப் படுத்து
உறிஞ்சும் ஒட்டுண்ணி

வீட்டுச்சிறையில்
உள்ளவர்களை
பரோலில் எடுக்கக்
காத்திருக்கும் வக்கீல்

எமனே
எனை ஏறுதழுவ வா
என்று எழும்பி நிற்கும்
எருமை

முதலிரவில்
முத்த உதடுகளுக்கு
முகக்கவசம் மாட்டிய
மூழி

மக்களின் மகிழ்ச்சிக்கு
144 தடை உத்தரவிட்ட
மர்மயோகி

மனிதக் கனவுகளைக்
கொடுங்கனவாய்
மாற்றிய கொள்ளை நோய்

கடன் கேட்ட
ஜியெஸ்டிக்குக் கந்து வட்டி
போட்டுத் தள்ளும்
கரார் பேர்வொளி

அப்படிப்பட்டக் கொரோனா
இப்போது இந்திய
நாட்டின் நரம்புகளை
உருவி நடவு
செய்து வருகிறது
❖

வீட்டிலேயே இரு சாமி

கருப்பா கணேசா
ஏ வவுத்து மவராசா
புழுதிக் காத்துல பூதமொன்னு
கிளம்பிருச்சாம்
வீட்டிலேயே இரு சாமி

ஆத்தி அத்த மவ
அழுத்துப்புட்டா ஆண்டி மவ
அசலூரான் அசிங்கத்தை
அக்குல்ல வச்சுத் திரியிரான்
வீட்டுலேயே இரு சாமி

டவுனுக்குப் போன
ஏ பவுனு சொன்னா

பலசர்க் கடை
பாதியில மூடியிருக்கு

காக்கிச் சட்ட
கத்திரி வெயில்ல காஞ்சுருக்கு

தர்மாஸ்பத்திரிதான்
தயவு தாட்சிண்யம்
பாத்திருக்கு

பள்ளிக்கூடமெல்லாம்
பாவம் செஞ்சுருக்கு
நீ வீட்லேயே இரு சாமி

இந்த வெக்காளி ஊர்ல
ஓடுகாலி ஒழிஞ்சுக் கிடக்க இப்ப
சேக்காளியெல்லாம் சீக்காளியாமே
நீ வீட்டுலேயே இரு சாமி

நீ கால் கொள்ள காடு கிடக்கு
கை கொள்ள காவா இருக்கு
களம் கொள்ள காளை இருக்கு
மருந்துக்கு நம் மண்ணிருக்கு
இருந்தாலும் அரசு சொல்லிருச்சாம்
நீ வீட்டுலேயே இரு சாமி

கொழுந்தன் கணக்கா வேப்பங்
கொழுந்திருக்கு
மருமவ கணக்கா மஞ்சள் இருக்கு
எப்படி நுழையுதுன்னு பாத்திருறேன்
நீ வீட்டுலே இரு சாமி

ஏதோ வைரஸாமே வைரஸு
வருஞ்சுகிட்டு வந்து நின்னா
வரட்டில பத்த வச்சு
வத்த வச்சு ஒரு வழியா
குத்த வச்சுருறேன் அது வரைக்கும்
நீ வீட்டுலே இரு சாமி
❖

நம்பிக்கையின் குவியம் நாளை திறக்கிறது

ஆத்திகமும் நாத்திகமும்
தராசின் இரு பக்கங்களாய்
இருக்க நடுமுள் இயற்கையை
நாடி நிற்கிறது

தராசின் பிடி யார் கையில்
என்ற கேள்விதான் எப்போதும்
எங்கேயும் சூழல் புகையாய்
சுற்றி வருகிறது

வேண்டுதல் என்ற பெயரில்
நாம் வேக வைத்த கருவூலத்தில்
கல்லாய்க் கங்கணம் கட்டி
அமர்ந்திருந்த இறைவன்
இதுவரை ஊரடங்கு
என்ற பெயரில் உல்லாசமாய்
இருந்து வந்திருப்பார்

மக்களின் நம்பிக்கைகள்
குவிந்து கிடக்கும்
கோயில்கள் தேவாலயங்கள்
மசூதிகள் நாளை திறக்கின்றன

❖

சக்கரத்தாழ்வார்க்கே சவால்

இதுவரை
பேருந்துகள்
மூன்று சக்கர வாகனங்கள்
இரு சக்கர வாகனங்கள் யாவும்
தார்ச்சாலையைத் தங்க முலாமாய்
உரசிக்கொள்ள எழும்
இரைச்சல்களையே கேட்டு
சவ்வு தேய்ந்த என் செவிகள்
இப்போது குருவிகள்
குழவிகள் குழந்தைகள்
தாவரக் காற்றின் ஓசை என
செவ்விள நீரில் குளித்ததாய்
செவிகள் உணர்கின்றன

இருப்பினும் ஓரே ஒரு
ஓசை மட்டும் அப்போதும்
இப்போதும் இடைவிடாமல்
கேட்டுக் கொண்டேதான்
இருக்கின்றன

அவை
பாத்திரங்களைக் கழுவும்
வளையல் சத்தம்

வாசல் தெளித்த
கொலுசுச் சத்தம்

நுரைநீரில் நூலாடை
முக்கும் சலவைச் சத்தம்

காலடக்கிய
அரிவாள் மனையால்
காய்கறிகளை நறுக்கும் சத்தம்

பிடிவாதப் பிள்ளைகளோடு
பின்னோடும் மூச்சுச் சத்தம்

தூக்கத்தை
எழுப்பும் அலுப்புச் சத்தம்

கட்டில்கள்
உணர்ந்த காலனி
ஆதிக்கச் சத்தம்

அம்மிக்கல்லோ
ஆட்டுக்கல்லோ
ஆண் ஆதிக்கத்தை
எதிர்க்கும் சத்தம்

இவர்கள் 144 தடையை
வீட்டிலிருந்தே
நான்கு நான்கு ஒன்றாய்
தனித்தனியே உடைத்தெறிந்த
இல்லத்து அரசிகள்

24X7 சக்கரத்தாழ்வார்க்கே
சவால் விடும் சத்யவாணிகள்

அவர்களுக்கு என்
உயிர் தாழ்ந்த கவிதை
வணக்கங்கள்
❖

மனுநீதிச் சோழன் இல்லா உலகம்

அமெரிக்க அதிபரின்
கருப்புக் கோட்டும்
கருப்பு வாகனமும்
கருப்புப் பூனைப்படையும்
காவலுக்கு மறுத்து
முறைத்துப் பார்த்ததில்
கருப்புத் திராட்சையும்
கருஞ் சிறுத்தையாய்
உருமாறிக் கொண்டிருக்கிறது

வெள்ளை மாளிகையை
முற்றுகையிட்ட
கருமேகங்கள்
பெய்த மழையில்
உறைந்து கொண்டிருக்கின்றன
கழுத்தை நெரித்த கால்முட்டி

நெரிபட்டக் கழுத்து
நீதி கேட்கிறது
மனுநீதிச் சோழன்
இல்லா அவ்வுலகில்
❖

முடிகள் முளைத்த மோட்டைமாடி

அறுதிப் பெரும்பான்மையாக
அனைத்து மொட்டைமாடிகளிலும்
தாத்தன் வேட்டிகளும்
பாட்டி சீலைகளும்
தனக்குச் சாயம் கொள்ளாத
மருதாணி பூசப்பட்டதாய்
வடகங்களைச் சுமந்திருப்பதைக்
கண்டுள்ளேன்

இருமுனைக் கம்பங்களுக்கு
இடையே இடைவெளி விட்டு
முடிக்கப்பட்டிருக்கும்
நைலான் கயிறுகளில்
கறிக்கடை நாய்
வாயில் கவ்வியிருக்கும்
இறைச்சியாய் கிளிப்புகளால்
கவ்வப்பட்ட சீருடைகள்
துண்டுகள் சட்டைகள்
உலர்ந்து கொண்டிருந்ததைப்
பார்த்த சாட்சி என் கண்கள்

பயன்பாட்டாளர்களிடம்
கோபித்துக்கொண்டு
எனக்கென்னவென்று
பகடி செய்யும்
பழுதடைந்த பொருட்கள்

கண்திருஷ்டிப் பானையை
தலையாய்க் கவிழ்த்து கைகால்
இல்லாது வெள்ளை
சுண்ணாம்புச் சட்டை
அணிந்த கான்க்ரீட் கம்பிகள்

மாடிக்கு மாமனாய்க்
குடியேறிய குடிநீர் குளிநீர்
பிவிசி தொட்டிகளையே
அதிகம் கண்டதுண்டு

என்ன மாயமோ
இந்த இயல்பு நிலையற்ற
இக்கட்டானச் சூழலில்தான்
பலருக்கு இதய மாற்றுச் சிகிச்சை
அரங்கேறியுள்ளது

ஆம், இப்பொழுது
குடும்பங்களின்
மந்திரிசபைக்
கூட்டமெல்லாம்
மொட்டைமாடியில்தான்
நிகழ்கின்றன

சிரித்துப் பேசும்
உரையாடல் ஒலிகளை
காற்றும் தன் கையால்
வாய்மூடி நோட்டமிட்டபடிச்
செல்கிறது

சூரியனின் குமட்டலாய்
வெளிவரும் வெப்பச்சலன
மதியத்திலும் கூட
மொட்டை மாடியில்
பறவைகள் குருவிகள்
குரங்குகள் கூடி
விளையாடும் சத்தம் கேட்கிறது

மேலே சிறுவர்கள் சளைக்காமல்
ஓடி விளையாட உருவாகும்
தும்தும் சத்தங்கள் கீழே
காதுகளில் பந்துகளாய்
எம்பி எம்பி அதிர்கின்றன

வழக்கமாக
கவிஞர்களையும்
எழுத்தாளர்களையும்
ரகசிய கைபேசிகளையும்
காணும் மொட்டைமாடி நிலவு
கூட்டம் கூட்டமான
குடும்பக் குரல்களைக் கேட்டு
இறங்கி வர எண்ணுகிறது

உங்களுக்கு இதில்
சந்தேகம் இருந்தால்
மாலைப் பொழுதில்
படியேறிப் பாருங்கள்
முடிகள் முளைத்த
மொட்டை மாடிகளைப்
பார்த்து மகிழலாம்
❖

பசித்த பூமி

மிகவும் பழமையான
வீடு என்பதை
ஆங்காங்கே இருந்த
காலி குவளைகளில்
சொட்டும் மழைநீரின்
சத்தம் உணர்த்தியது

மிகவும் பசித்த
பூமி என்பதை
ஆங்காங்கே
வாய்பிளந்திருந்த
சவக்குழிகளில் விழும்
சடலங்களின் காட்சி
உணர்த்துகிறது

ஆதலால் குவளையில்
கவலை நிரம்புகிறது
❖

தீதி கொடுத்து வாங்கும் அட்சயதிருதி

அசுரகுலத் தலைவர்
மேற்கொண்ட
ஆன்லைன் வகுப்பில்
தன் சகாக்களிடம்
பூலோகத்திற்கு வழங்கப்பட்ட
கிருமித்தொற்று
அட்சயபாத்திரத்தின் தற்போதைய
நிலையைக் கூர்ந்து கவனிக்குமாறு
பணித்திருந்தார்

விஞ்ஞான உழவலில்
விளைந்த கைபேசிக்குக்
கையிருந்திருந்தால்
அட்சயமாய்க் கைகூப்பி
கேட்டிருக்கும் என்னை
விட்டுவிடுங்கள் என்று

முதலமைச்சரின்
முழு ஊரடங்கிற்க்கு
முன்னோட்டமாய்
ஒரே நாளில் ஒன்பது லட்சம் பேர்
சந்தையில் அட்சயமாய் கூடி
திரிந்தனர்

அமெரிக்காவின்
அட்சயபாத்திரத்தில்
பிணங்கள் பெருகி வருவதால்
அதிபரின் மூளை
பந்தலில் விடப்பட்ட
பாகற் சுரைக்காயாய்
கழன்று தொங்குகிறது

வறுமையின்
அட்சயபாத்திரத்தில்
குடல் ஒட்டிய வயிறால்
நேரடியாக எண்ணப்படும்
எலும்புகளில் நகைகள்
மாட்டப்பட்டு வருகின்றன

இப்படித்தான் மொத்தமுள்ள
பதினைந்து திதிகளில்
சதையற்று புதைக்கப்பட்ட
எலும்புகளுக்கு
ஆற்றுப் படுக்கையோரம்
திதி கொடுத்து அட்சயதிருதியில்
புண் 'நகை' வாங்குகிறோம்
❖

50%

ஆள்காட்டி விரலை
கட்டை விரல்
கொட்டிச் செல்ல
மேலே சுழற்றி வீசப்பட்ட
புழக்கத்தில் இல்லாத
50 பைசா நாணயம்
கீழ் வருவதற்குள்
50% மானியங்கள்
50% ஊழியர்கள்
50% பேருந்துகள்
அமல்படுத்தப்பட்டன

இதில்
சரி எது தவறு எது
கடைபிடிக்காத மக்களா
கட்டுப்படுத்தத் தவறிய அரசா
என்று வாத பிரதிவாதங்கள்
நாணயத்தின் நீதிமன்றத்தில்
அரங்கேறிக் கொண்டிருக்க
நாணயம் கீழிறங்க
மறுத்து மேலேயே
சுழன்று கொண்டிருக்கிறது
❖

ஜக்கம்மா சொல்றா

வானத்துக்கு
இரவுக் காப்பு
சாத்தியிருந்த நேரம்

இராத்திரி பட்சிகளின்
ஓலங்கள் ஒடுங்க
சலங்கைச் சத்தம்

குரைத்து வந்த
நாயின் முன்னங்கால்
பின்னங்காலாய் மாறி
பதுங்கும் உடுக்கைச் சத்தம்
டும் டுடும் டும் டும்
டுடும் டும்டும்மென்று

5 அடி 6 அங்குல
கருஞ்சிவப்பு
சண்ட சேவக்கோழி
தலப்பா கட்டி நிற்பதாய்
கருப்பு கம்பளிக்குள்ள
சிகப்புப் பனியன் உடுத்தி
நிக்குறான் மீசை முறுக்கி
கிருதா தொங்கும்
குடுகுடுப்புக்காரன்

எமனே எருமை
மாட்டை விட்டு
கீழிறங்கிப் போவாரு
இவன் நெற்றியில் உள்ள
எலும்புத்தூள் பட்டையும்
வட்ட இரத்தப் பொட்டையும் பார்த்தா

கூடவே
கருகமணிக் கழுத்தும்
குத்துப்பட்டா குடல
கொண்டு வந்திடும்
கூர்மையான ஈட்டிச் செம்புல
சாரை சாரையாய் தொங்கும்
சூனிய கயிரும்

பாரதியின் கம்பீர
நடையாய்
அவன் நடை
குடுகுடுப்பு ஒலிக்கேற்ப
சலங்கையும்
வேட்டி முடிந்த மஞ்ச அரணா
முத்தும் சலசலக்குது

பாம்பு நெளியும்
மகுடி பூட்டிய
தோல்ப்பை அவன்
தோள்மாட்டில்
இடுப்பு தட்டுது

காளி மூளி சூலி
ஆயி மாயி தாயி
யேய்ய்ய் என்று நாகடித்து
ஆடுன ஆட்டத்துல
சிலுத்துன சிலிர்ப்புல
இதோ ஜக்கம்மா வந்துட்டா

பச்சிகள தின்னீங்க சரி
பாவத்த சேத்தீங்க சரி
காட்ட அழிச்சீங்க சரி
கட்டுமானம் கட்டுனீங்க சரி
காத்த வித்தீங்க சரி
கண்மாய ஒழிச்சீங்க சரி
அப்ப நான் இப்ப காட்டேரியா
கொரோனா காட்டேரியா
வந்துருக்கிறது சரிதானே

சால'மன்' னொடுச்சதுக்கு
மண்தான் இடம் தரணுமே தவிர
நீ யொண்ணும் ...தரவேணா
குடும்பத்தப் பாக்காம உன்
குலத்தக் காத்த மருத்துவனுக்கு
அடங்கொள்ளஆள் மறுப்போ
இந்த தொத்தப் பயலுகள
தொட நடுங்கி பிடுங்கிச் சாவடிப்பேன்டா

மேலோகத் தாய் பார்வதினா
கீலோகத் தாய் செவிலிதான்டா
வாடகை வீட்டுல வாழ்க்கையை
சொரிந்து அடவு கேட்டவளுக்கு
கடவு மாட்டேங்கிறியே மண்ணுளிகளா
உங்கள கக்குள மிதிச்சு காவு திம்பேன்டா

கோழி அட காக்குது
குருவி அட காக்குது
கூப்பாடு போடாம
கூட்டிலேயே வவுறு காக்குது
விட்டை போடும் விஷமிகள்தான்
வெளியே திமிரித் திரியுது
இவுக பின்னாலிருந்து பிடரி கவ்வி
இரத்தப் பல்லாய் நான் சிரிக்கப்போறேன்டா

இப்படிச் சொல்வது
நானல்ல
சிவப்பேறியக் கண்களாய்
ஜக்கம்மா சொல்றா
❖

(கொரோனாவால் பாதிக்கப்பட்டு இறந்த மருத்துவர் சாலமனின் பிரேதத்தை புதைக்க இடம் அளிக்காத மக்கள் என்ற செய்தியைக் கேள்விப்பட்டு எழுதிய கவிதை.)

முடி உதிர்வு

சீப்புப் பல்லும்
சிக்கிய முடியுமாய்
இருவர் பேசிக் கொண்டனர்

நீல கடற்கரை
நிறைய கட்டிடங்கள்
பிரபலங்களின் இருப்பு
பீட்ஸா சுவைப்பு
ஆடம்பர வாழ்க்கை
அப்பப்பா
நம் சொந்த பந்தத்தக்
கூட்டி வந்து இந்தச்
சென்னையிலேயே
குடியேறிடணும்

மாசடைந்தக் காற்று
மாராப்பு தெரிய உடுப்பு
நெரிசலில் மாட்டிய நிம்மதி
தேள் கொட்டிய வாழ்க்கை
போதுமடா போதுமடா
விலா எலும்பின்
விரிசல் சத்தம் கேக்குதடா
இந்தச் சென்னையில

சீப்புப் பல்லு கொரோனா
சிக்கிய முடி சென்னைவாசி
❖

அக்னி நட்சத்திரம்

என்னுடன் சேர்ந்து
செய்தித்தாளினை
வரிவிடாமல்
வாசித்து வந்த சித்தெறும்பு
ஒரு சொல்லின் சூட்டில் சிக்கி
பொங்க பானையில்
மாட்டிக்கொண்ட தலையாய்
வெளியேற முடியாமல்
தகித்தது

அந்தச் சொல்தான்
அக்னி நட்சத்திரம்

நான் எழுதும்
அக்னி நச்சத்திரத்துக்கு
இறக்கைகள் உண்டு

இந்த அக்னிச் சிறகின்
பிறப்பால் புனித தலத்தின்
புனிதம் மேலும்
கூடியுள்ளது

தீர்ப்புக்குப் பின்
அயோத்தி இராமர் கூட
இராமேஸ்வரத்துக்குச்
சென்றுவிட்டார் என்பது
என் கணிப்பு

அயோத்தியில்
அரசு அப்துல் கலாமுக்கு
நூலகமுடைய கோயிலை
கட்டியிருந்தால்
அனைத்து மத அறிவாளர்களும்
வந்து சென்று கொண்டிருப்பர்

அப்பேற்பட்ட வணங்குதலுக்குரிய
அக்னி நட்சத்திரம்தான்
மேதகு அப்துல் கலாம்

அப்துல் கலாம் இன்று இருந்திருந்தால்

அகல விரிந்த கண்ணுக்கும்
அகப்படாத நுண்மி டைனோசரை
கரைக் கடக்காமல்
காத்திருப்பார்

காக்கா குருவிகள்
காவடி சுமப்பதாய்
இருக்கும் இந்தியப்
பொருளாதாரத்தின்
சுமையைச் சற்றுக் கீழிறக்கி
வைத்திருப்பார்

வறுமையால்
வருந்தி பிழைப்பவர்களும்
ஆதரவு அற்ற பிள்ளைகளும்
இந்தத் தமிழனின்
அன்பு சுளையும் சொல்கேட்டு
சற்று ஆறுதல் கொண்டிருப்பர்

சுயத்தை விட்டுக்கொடுக்காத
புலிகளாய் மருத்துவத்துறையில்
மாநில சுயாட்சி பெற்று
அனிதா மூன்றாமாண்டு
மருத்துவம் படித்திருப்பார்

உலகத் தலைவர்களின்
செவித் துளைகளெல்லாம்
இழுத்துப் பெருத்த
யானைச் செவிகளாய்க்
காத்துக் கிடந்திருக்கும்
உந்தன் ஆலோசனைகளைக்
கேட்க

பூம்பூம் மாடாய்
காட்சிப் பிரசவிக்கும்
குடியரசு மாளிகையில்
தன்மானப் பூக்கள்
செழுசெழுவெனப் பூத்து
சிரித்திருக்கும் உன்
பார்வை பரிசம் பட்டு

பயங்கரவாதி கொரோனாவிடம்
பிணைக் கைதிகளாய்
மாட்டிக்கொண்ட மக்களை
விடுவிக்கப் போராடும்
இராணுவ வீரர்களான
மருத்துவர் செவிலியருக்கு
நீர் எழுதும் வசன கவிதை
தீரமிக்க ஊட்டச்சத்து அளித்திருக்கும்

பெட்ரோல் டீசல்
மீதான மதிப்புக்கூட்டு வரியாய்
குடியரசு மாளிகையின் சுவர்கள்
புத்தகங்காளல் பூசி மொழுகப் பட்டு
அதன் மதிப்பு கூடியிருக்கும்

மே 7 மதுபானத்தால்
மனைவிமார்கள் துயரடைந்து
துக்கம் விசாரிக்கும் நாளாய்
மாறப்போவதைத் தடுத்து
மாற்றுப் பாதையில்
வழியனுப்பி வைத்திருப்பார்

என் வாய் முளைத்த
கண்ணீர் சொல்கிறது
மெரினா புரட்சியன்று
இந்த மென் மனம்
இருந்திருந்தால் அவர் மெய்
சிலிர்த்திருக்குமென்று

நான் கூறிய
அப்துல் கலாம்
என்னும் அக்னி நட்சத்திரம்
21 நாள் வாழ்நாள் உடையது
அல்ல

இருபத்தோராம் நூற்றாண்டைக்
கடந்த வாழ்நாள் பெற்றது
❖

சிக்கனச் சிரிப்பு

ஏற்கெனவே
வென்டிலேட்டர்
உதவியுடன் இயங்கி வந்த
தொழிற்சாலைகள்
தற்போது முகக் கவசத்தால்
முழுமையாக மூடப்பட்டதால்
வேலை இழந்தவர்கள்
சிரிப்பில் கூட சிக்கனத்தைக்
கையாண்டு வருகின்றனர்.

பிரதமரும்
முதலமைச்சரும்
வங்கிக் கடன் என்ற பெயரில்
சிரிப்பூட்டும் வாயுவை (N_2O)
முகர்ந்துகொள்ள
வலியுறுத்தி வருகின்றனர்
❖

வறக்காப்பி

முப்பத்தா
திருவிழாவுக்கு
முதுகெலும்பெல்லாம்
அலகு குத்தித் தொங்கி
வராப்ல

வானத்தின்
ஏதோவொரு அச்சாணிப் பிடியில்
தன் இருகரங்களை விரித்துத்
தொங்கி வருகிறது
இயந்திரப் பறவை

பணி நிமித்தமா
மேல நாட்டுக்குப்
போன பய
காத்தக் கிழிச்சுக்கிட்டு
கடனெல்லாம் அடச்சுப்புட்டு
சாவுகாசமா சாயங்காலம்
வாரான் விமானத்துல

இறந்தகாலம்
நிகழ்காலம்
எதிர்காலமெல்லாம்
கொரோனா காலமாக
இருப்பதால்
மருத்துவக் கட்டுப்பாடு
அறையில் அவன்

அந்தக் காப்பித்தூள்
நிறமானவன்
நாட்டுச்சக்கரை
நிறமான செவிலியை
சந்தித்த மாத்திரத்தில்
அவர்களுக்குள்ளே ஹார்மோன்
ஊக்கிகள் தன்னகத்தே
கடத்தப்பட்ட இசைக்கு
பனிக்கால நெருப்பாடம்
போட்டன

இனி
காப்பித்தூளும்
நாட்டுச்சக்கரையும்

உன் முகக் கவசம்
இல்லாத முழு முகத்தைக்
காண்பித்தாள் நான்
முக்தி பெறுவேன்

குத்திக் கொன்றுவிடுவேன்
முகரையைப் பேத்து
முடுஞ்சுறுவேன்

உன் கையுறை கழட்டி
என் கரம் பிடித்தாள் நம்
காதல் காய்ச்சல் கொள்ளும்

கடுப்பேத்தாம கெட
கண்டபடி திட்டிருவேன்

இரத்த மாதிரி எடுத்தபோது

கம்யூனிச
ரேப்பிட் டெஸ்ட் கிட்
ஆர்எஸ்எஸ் இந்தியாவிற்கு
எப்படிப் பொருத்தும்

உன் வாயொடச்சு
விழுந்த பல்லை
வகுத்துக் கூட்டிப் பெருக்கிருவேன்

மறுநாள்
முகக் கவசமும் இல்லை
கையுறையும் அணியவில்லை

அடடா
நான் விளக்கிக்
கூறியதைக் கேட்டு
என் மனதில் விளக்கேற்ற
வந்து விட்டாயோ

விளங்காம போறவனே
வெளக்கமாறு பிஞ்சுரும்
உனக்கு நோய்த்தொற்று
அறிகுறி இல்லை

உன் கைபேசி எண்
கொடுத்தால்
கரம் கூப்பித் தொழுவேன்

கடங்காரப் பயலே
கைபேசி இருக்கும்
உன் கையிருக்காது

நீ உணவருந்தவில்லையாமே
நான் சும்மாதானே இருக்கிறேன்
உனக்குச் சுண்டக் கஞ்சி
ஆக்கித் தரவா

சும்மாயிருடா
சொடலப் பயலே
கடிகாரம் கழிவறைக்குக் கூட
நேரம் காட்ட மாட்டேங்குது
இதுல காதலாம் காதலு
என்றபடி கைப் பாத்திரமாய்
இருந்த சுடுதண்ணீரை
அவன் மூஞ்சியில் தூர்த்திவிட்டு
மனதுக்குள்ளேயே கண்ணீர்
படல கண்களுடன்
கடற்கரையோர
குதிரைச் சவாரியா குதித்துக்
குதித்துச் சிரித்துச் சென்றாள்

காப்பித்தூள்
நாட்டுச்சக்கரை
சுடுதண்ணீர்
கலக்க உருவான
கவிதை இந்த
வறக்காப்பி

❖

உயிர் உறிஞ்சித் திருவிழா

சித்திரை முழுநிலவன்றோ
சிவபெருமானே
சிவலோகத்திலிருந்து
பூலோகத்திற்கு வாராயோ
என்றேன்

என்னிடம்
ஆதார் கார்ட்
இல்லை என்றார்

மது 'விளக்கு' க்குத்தான்
தேவையே தவிர
மண்ணுலகம்
நுழைவதற்கில்லை
என்றேன்

கோயில்கள் பூட்டியிருப்பதால்
நான் எங்கே
குடிகொள்வது என்றார்

'குடி'மக்களே
'குடி'யும் குடுத்தனமாய்
'குடி'கொண்டிருக்க
உனக்கு ஒரு
குன்றாவது கிடைக்காதா
என்றேன்

குன்றெல்லாம்
குமரன் இருக்கட்டும்
எனக்கு உன் குடிசை
போதும் என்றார்

பாசத்தாய் பார்வதி
எங்கே என்றேன்

சித்திரை தேவி
சீற்றத்துடன் இருக்கிறாள்
சிக்கிக்கொள்ளாதே என்றார்

மாரியம்மா
மனம் வருந்தி இருப்பின்
மாரி பொழியாதே
என்றேன்

பூச்சொரிதலுக்கு
மலர்களை விற்காமல்
மது வகைகளை விற்கிறார்களாம்

பானக்கத்திற்குப்
பதிலாக நீர்மோரற்ற
பானங்களை விற்கிறார்களாம்
என்றார்

கண்டிக்க வேண்டிய
காவேரித் தாயே
ஆறாய் ஓடிவந்து
உரை ஆற்றியிருக்க
வேண்டாமா
என்றேன்

அத்திவரதர்
வருகை தந்ததால்
அவர் பார்த்துக்கொள்வார்
என்றார்

அவரோ
அடேங்கப்பா
என்னவொரு தடபுடலான
ஏற்பாடு

கட்டைகள் கம்பிகள்
முடிந்துள்ளன
வெள்ளை நிறமோ
வட்டம் பூண்டுள்ள
குறிச்சீட்டு (token)
கொடுக்குமளவு
பக்தர்கள் கூட்டம்
காவற்காக்க காவற்படை
வீட்டில் அருந்த வேண்டிய பிரசாதம்
'வயது'க்கு (60, 50, 40க்குள்) வந்த நேரம்
இதில் நிகழ்நிலை (online)
வசதி வேறு என்று பூரிக்க

அத்திவரதரே
இது உம்மை
தரிசிப்பதற்கல்ல
உயிர் உறிஞ்சிகளை
தரிசிப்பதற்கு என்றேன்

அய்யகோ
பரவாயில்லை
மதுபானம் விலையாவது
கூட்டி வைத்துள்ளனரே
என்றார்

'அத்தி'வரதரே
'அத்தி'யாவசிய
பொருட்களின்
விலையேற்றத்தை
விடவா என்றேன்

உடனே
கவிஞரே கடுங்கோபம்
வேண்டாம் என்றார்
கணபதி

அதற்கு
பிள்ளையார் சுழி
போட்டது யார்
என்றேன்

அனைத்து
தெய்வங்களும்
ஒரே குரலில்
அதற்குத்தான்
உன் போன்ற
கவிகளை கவிதை
எழுதப் பணித்துள்ளோம்
என்றனர்

இச்சூழலில்
இதுபோன்ற
எதிர்ப்புச் சக்தி
தேவைதான் என்றாலும்
உயிர் உறிஞ்சிகளுக்காக
உபயோகிப்பதா என்று
முணுமுணுத்து விடை பெற்றேன்
❖

கரி புடிச்ச இட்லிக்குண்டா

உசக்க
ஒளிஞ்சுக்கிட்டு இருந்த
சூரியனாரு இப்ப
பல்ல இழிச்சிக்கிட்டு
நிலவ பரிசம் போட
பம்மி பம்மி வாராரு
இட்லிக்கடைக்கு மேலே

இராத்திரியெல்லாம்
அலையா அலஞ்சுக்கிட்டு
இருந்த ஆவிக
இப்ப கவுத்துப் போட்ட
இட்லி அடுக்கிலிருந்து தன்
முதுகுத்தோல் உரிய உரிய
தெரியும் இட்லியில
பரபரன்னு கிளம்புது

இட்லிக்காரம்மா புருஷன்
மொடாக் குடிகாரன் என்பதால்
இட்லிக்கடையும்
குடிகார இட்லிக்கடைனு
பேரு வாங்கி கூட்டம்
கக்குது

இந்த இட்லிக்காரம்மா
மரப்பலகையில்
அடுப்ப வச்சு
கதகதத்த சீலை
கட்டுன இட்லிக்காரம்மா
மட்டும்மில்ல
மாஸ்டர் டிகிரி படுச்ச
இட்லிக்காரம்மா

சுடச்சுட இட்லி
சூடு ஆறுவதற்குள்
தின்னு முழுங்கணும்னு
தேர்வு முடுஞ்சதுமே
தேதியக் குறிச்சு
மஞ்சக் கயிற ஏத்திட்டானுக
இந்த மனுசப் பயலுக

புருஷன்
குடுத்தனம் நடத்துவானு
பார்த்தா 'குடி'த்தனமுள்ள
நடத்திப்புட்டான்

குடிகாரன் கொடுத்தது
இரண்டு பெண்பிள்ளைகள்

கொடுப்பது அறுத்துத் தைத்த
வயிற்றில் ஈராயிரம் உதைகள்

எடுத்தது கூந்தல் வேர்
அவிழ்ந்த முடிகள்

எடுப்பது அவள் வியர்வை
மோந்த ஏலெட்டு நோட்டு
ரூபாய்கள்

பிள்ளைங்களுக்கு
அப்பன் இவந்தானு
சொல்ல நாகூசி
கண் இறுகுது
அப்பன் தொழில்
இதுதான்னு சொல்ல
நா அருகுது

வேலைக்குப் போன
பொண்டாட்டிக்குக்
கிடச்ச பேரு
கேளி பேரெல்லாம்
குடிகாரம்பொண்டாட்டி
குடிகாரம்பொண்டாட்டி

குடிகார அப்பன்
கூப்பிட்டா போதும்
குழந்தைங்க
பேயறைஞ்ச மாதிரி
வெடவெடன்னு
நடுநடுன்னு நழுவவிட்ட
புத்தகத்தோடு
ஒன்னு காலமுக்கும்
இன்னொன்னு கையமுக்கும்

இவன் குடுச்ச குடியில
குடல அரிச்சது மட்டுமில்லாம
வீட்டுச் சுவரையும் அரிச்சுட
ஓட்டு வீடு கூர வீடாச்சு
கூர வீடு வாடக வீடாச்சு

குடிபோதையில
குழாய் பம்புல அடிபட்டு
மண் அப்பிக் கிடந்த
முகத்தப் பாக்கச் சகிக்காம
பாவம் பாத்து
தோளுள போட்டு சுமந்துவர
மூஞ்சி சுழித்துச் சொன்னாள்
இந்தக் கடங்காரன் ஒழிந்தால்தான்
குலம் விளங்குமுன்னு

சொன்னது கண்ணகிப் பிறப்பாச்சே
சொன்னபடி சாவு வாசம்
வீசிரிச்சு
முகம் நீர் வடிச்சாலும்
அகம் அசவுக்கு அப்பாடானுதான்
சொல்லுச்சு

மறுநாளே அவன்
குடுச்சு கூத்தடுச்சு
கண்ணாடி பாட்டிலெல்லாம்
வீடுதங்காது விட்டொழினு
விலைக்குப் போட்டு
இரண்டு இட்லிகுண்டா
வாங்கியாச்சு

முன்பு இவள்
கூந்தளைக் களவாடிய
மல்லிகைப் பூ இப்போது
இவள் இட்லியின் தரமாய்
தென்படுகிறது

இப்பொழுதும்
டாஸ்மாக் திறப்புக்கு
எதிரான அமைதி
போராட்டமாய்
இந்த இட்லிக்கடையில்
கருப்புக்கொடி சொருகியிருக்கும்

அதற்கு
கரி புடிச்ச
இட்லிக்குண்டாக்களே
சாட்சி
❖

சிவந்த கண்ணீர் குளம்

புழுதிமண் வீசப்பட்ட
சிவந்த கண்ணீர் குளமாய்
நாமிருக்க தற்சமயம்
முட்புதர்களால் மண்டிக் கிடக்கும்
பொருளாதாரப் பூங்காவில்
மத்திய அரசும் மாநில அரசும்
சறுக்குமரம் விளையாடுகின்றனர்
❖

அனுதினமும் அன்னையர் தினம்

சேதி தெரியுமா சேதி
குல்லா பய பொஞ்சாதி

ராசா கணக்கா மவன்
ரோசா சிரிச்சு வருவான்னு

வாங்கி வச்சா வாங்கி வச்சா
பழரசத்த பாசத்தக் கொட்டீல வாங்கி வச்சா

எள்ளு சந்துதான்னு
ஏமாந்து தொலஞ்சா

ஏழரைச்சனி கணக்கா
எகிறி வந்துட்டாண்டி

அவன் கொரோனவாம் கொரோனா
கழுத்த நெருச்சுப் புடுவானம்

உட்டான் பாரு ஊரடங்கு
உசுரக் காக்க நீ அடங்குன்னு

கேள்விப்பட்டதெல்லாம்
கேட்க நாதியில்லாம

மூடிக் கிடக்காம் முழுசா
மூடிக் கிடக்காம்

வண்டிக்கு லாடம் அடுச்ச மாதிரி
மண்டிக் கிடக்குதாம் மனையில
மண்டிக் கிடக்குதாம்

தகரமா தேயும் தார்ச்சாலை
தனுச்சு நிக்கிதாம் காத்தால
தனுச்சு நிக்கிதாம்

அப்பத்தான் தோணுச்சாம்
அய்யய்யோ நம்ம புள்ளன்னு

தூரமுன்னா தூரம்
தூக்கனாங்குருவி பறந்த தூரம்

சிநேகத்துக்குப் பாதிப்புன்னு
சீக்கிரமே போன பய

சிக்கித் தவிக்கிறானே
விக்கிச் சீமையில

பெத்த ஆண்பிள்ள
பேச முடியாம அழுதுப்பா

ஆம்பளைன்னு கேட்டுப் பாத்தா
அலுச்சாட்டியம் செஞ்சுபுட

ஓ மனசு சொன்னதென்ன
பேசாம இருன்னு

உள் மனசு சொன்னதென்ன
உடனே கிளம்புன்னு

வேண்டியயத முடுச்சுக் கிட்டு
வேகமா கிளம்பிட்டா வண்டியில

பகலு ஒத்துழச்சது
பாதை ஒத்துழச்சது

இருட்டு ஒத்துழச்சது
இன்டர்நெட்டும் ஒத்துழச்சது

காத்துக்கருப்பு ஒத்துழச்சது
காவல்துறையும் ஒத்துழச்சது

விருட்டுனு போன சிறுக்கி
விஷயம் தெரிஞ்சு போனாப்ல

மகன கூட்டியாந்துட்டா
மக்கவாய் பொளக்க

கொண்டாடுங்கடா கொண்டாடுங்க
அன்னையர் தினத்த அனுதினமும்
கொண்டாடுங்க

❖

தீக்குளித்துப் பிழைத்த தேகம்

தோலுரித்துச் சென்ற பாம்பாய்
தீநுண்மி தெளிந்து புத்துயிர் பெற அது
சிலரின் கண்களுக்கு ருத்ராட்சமாய்
சிலரின் கண்களுக்கு மேகத்திரையை
மீறி வந்த பிறை நிலவாய்
சிலரின் கண்களுக்கு பாவம் சுமந்து
வந்த முள்படுக்கையாய் அச்சுறுத்துகிறது
மொத்தத்தில் ஆறறிவுதான் மதம் பார்க்கிறதே
தவிர மற்றவை சிறு பொருட்டாய்க்கூட கருதவில்லை
தீக்குளித்துப் பிழைத்த தேகத்தின் நிறம் ஒன்றுதான்
❖

வெண்ணிலா சிரிப்பு

ஒரு மாலை நேரம்

வானில் இயற்கை
வாசல் தெளித்ததாய்
ஆங்காங்கே மேகச்சிதறல்

மற்ற இடமெல்லாம்
அடுக்குமாடி குடியிருப்பாய்
நீலம் பரவி இருந்தது

அத்தருணம்
என் கால்களை
மாடியில் வைத்து
கண்களை வானில் வைத்து
கைகளை கவிதையில்
வைத்திருந்தேன்

இயற்கை கோலமிட
நட்சத்திரப் புள்ளிகளை
இரவின் பின்னணியில்
வைத்தது

இயற்கையே
நீ மாக்கோலம்
பார்த்திருப்பாய்
கவிக்கோலம்
பார்த்திருக்க மாட்டாய்

இதோ பார் என்று
நட்சத்திரப் புள்ளிகளை
இணைத்து முற்பட
சிக்கோலம் பூண்டது

செய்வதறியாது
சிந்தித்து சிந்தித்து
நோய்வாய்ப்பட
இயற்கை செவிலித்தாயை
அழைத்தது

ஏனெனில்
அவளுக்குத்தானே
அதில் கூடுதல் அனுபவம்
சிக்குண்டவர்களை
சீர் செய்து பிழைக்கச்
செய்பவர்கள் ஆச்சே

செவிலித்தாய் சிக்கல் களைந்து
கோலம் முடிக்கையில்
வெண்ணிலா சிரித்து
வெளிச்சம் வீசியது

செவிலியர் தின வாழ்த்துகள்
❖

(கொடூர கொரானா காலத்திலும் கயவர்களால் பலாத்காரத்துக்கு உள்ளான சிறுமியின் செய்தி அறிந்து எழுதப்பட்ட கவிதை)

நெறி கட்டிய நெஞ்சம்

சகோதரி ஜெயஸ்ரீ

நீ 95% எரிந்து
5% வாயசைத்தபோது
என் நெஞ்சம் நெறி கட்டியது

நீதியுடன்
போராடிப் போராடி
உன் தேகம்
அழுகிப் போனதைப்
பார்த்த கடவுள்
என்ன செய்தார்
கதவடைத்துக்கொண்டார்

அரசு என்ன செய்தது
ஐந்து லட்சம் கொடுத்தது

மாதர்சங்கம் என்ன செய்கிறது
மதிப்பிழந்தல்லவா நிற்கிறது

ஆறறிவு மக்கள் என்ன செய்தனர்
படமெடுத்ததை forward
செய்தனர்

என்ன செய்வது
எந்த ஒரு சமூக
தீங்கென்றாலும்
forward செய்து
forward செய்து

பழக்கப்பட்டக்
கூட்டமல்லவா இது

அதனால் தான்
தனக்கு நேர்ந்த
கொரோனாவையும்
இப்போது forward
செய்கிறார்கள்

தீயவனால்
சுட்ட புண்
உள்ளாறும் ஆறாதோ
அதற்குள் அடுத்த சிறுமி
வன்கொடுமைக்கு அகப்பட்டு
எரிக்கப்படலாம்

அதையும் இவர்கள்
forward செய்வார்கள்

இந்த ....யற்ற
மக்களிடையே நீ
வசிப்பதற்குப் பதில்
சொர்க்கத்தில் இருப்பதே
மேல் சகோதரி

forward பாக்கியவான்களே
என் நெஞ்சம் நெறிக் கட்டி எழுதிய
இந்த எரிச்சல் எழுத்தையும்
forward செய்யாமல்
நம் பிறப்புக்கு
அர்த்தம் காணுங்கள்
❖

வெட்டுக்கிளி

புயல் மழை வெள்ளம்
நீர் மட்டம் நீர் வரத்து
செயற்கை உரம் பயிர்க் கடன்
எலிமருந்து தூக்கிட்டுத் தற்கொலை
என்றே இருந்து வந்த விவசாயிகளின்
கையேட்டில் புதுவரவு '
வெட்டுக்கிளி'
அரசின் பயிர்ப் பாதுகாப்பு
சட்டத்தின் கீழ் சேதங்களை
மதிப்பிடப் புறப்பட்டுவிட்டன
இருபது லட்சம் கோடி
வெட்டுக்கிளிகள்

❖

சிவனே கதின்னு செவனேனு கிடந்திருப்பேன்

பார்த்த பெண்ணெல்லாம்
பத்துக் காசு போதாதுன்னு
பரிசம் போட மாட்டேனுதுங்க
பட்டணத்துக்கு வந்துட்டேன்
பாழாப் போவேன்னு தெரியாம

பாடா படுத்தது
பாவி மனம் பந்தயந்தான் போடுது
பக்கத்துத் தெருவுக்குப் போறதுக்கே
பகல்பொழுது ஆயிடுது

பாவி மக பண்டாரமா
உடுப்பு தங்காத உடம்பா
ஒல்லி ஒல்லியா திரியுதுங்க

குழாய் பேன்ட்டும்
கோணிச் சட்டையும்
உடும்பா குடல இறுக்கி
வேகுதுங்க

தெரிஞ்ச பிழைப்பு
தேரோட்டும் பிழைப்பாக
மாட்டுவண்டியோ
மக்க செல்லும் வண்டியோ
மகா பாரத அர்ச்சுனன் கணக்கா
அடைய வேண்டிய தூரத்த
அம்பு எய்த வேகமா
அடஞ்சுப்புடுவேனுங்க

ஆனா வாழ்க்கை வண்டிய
அவசரமா வாழும்
பட்டணத்துல எப்படி
வாழப் போறோம்
தெரியிலயேன்னு எண்ணித்
தொலைச்சப்பதான்
அவசர ஊர்தி ஓட்டச் சொன்னாங்க

பட்டணத்துக் கடல் அலையா
நானும் ஓயாது அலையுறேன்
என் ஆயுளும் அலையுது
அவசர ஊர்தி மேல

கசப்பு பத்தளேனு
பாம்பு ஊறிய பச்சக்காய
கடுச்ச கசப்பா
சேந்துருச்சு சேந்துருச்சு
கொடும்பாவி கொரோனாவும்
சேந்துடுச்சு

கருவுல சேயி
கர்ப்பிணி தாயி
கத்திப்புட்டா கத்திப்புட்டா
காடுகொள்ளாது கத்திப்புட்டா

கத்துனவள ஏத்திக்கிட்டு
கதவுகளச் சாத்திக்கிட்டு
அவசர ஊர்தியில புறப்படுறேன்
அடைமழையும் புறப்பட்டுருச்சு

அடிக்கு அடியா
இடிக்கு இடியா
என் கைபேசி அலறுது
இப்பவும் கையுருண்டை சாதம்
ஊட்டிவிடும் அம்மா
கடுந்துயரத்துல
கண்ணு மேல போயி
இருக்காகனு

ஒன்னும் புரியல
ஊருக்கு வழி தெரியல
கைகால் உதறுது
கடுமழையில வேர்க்குது

சுற்றிச் சுருங்கும்
சுழலா இழுத்து வந்துப்புட்டேன்
தர்மாஸ்பத்திரிக்கு
அவசர ஊர்திய

மழை ஓய்ந்தது
மழலை பிறந்தது
மனசு தெளிந்தது
தவியா தவிச்சது

போக்குவரத்து இல்ல
போனாப் போகுதுனு
அவசர ஊர்தியிலேயே
ஐநூறு மயிலு கடக்க
சிவன்கோவில் தெரிஞ்சது

அம்மா சிவலோகம்
போயிட்டதும் தெரிஞ்சது

சிவனே கதின்னு செவனேன்னு கிடந்திருந்தா
அம்மாவக் காத்திருப்பேனோனு
அழுது புலம்புனதுதான்
மிச்சம்
❖

சுயசார்பு முடி திருத்தம்

தன்னிறைவடைந்த
மேகம் மழை பொழியும்

அளவுக்கு மிஞ்சினால்
வெள்ளமாகும்

மனிதன்
ஆடுமாடு
கோழிகளை உண்பதால்
சமநிலை பேணும்

அளவுக்கு மிஞ்சினால்
தீநுண்மி பரவுவதாய்
எச்சரிக்கும்

நம் இந்தியாவில்
ஆளும் கட்சியும்
எதிர்க் கட்சியும்
ஏன் மக்களும் கூட
தாடி வளர்த்த காந்தியைப்
பார்த்ததில்லை

அவர் அன்றே
செப்பியது சுயசார்பு

இன்று ஊரடங்கால்
ஒவ்வொரு இந்தியக் குடிமகனும்
சுயசார்பு முடித்திருத்தம்
செய்து கொள்கின்றனர்
❖

ஆமாஞ் சாமி

பெரிய மந்தை கோயம்பேடு சந்தை
காய்கறிச் சாக்கு கட்டாந்தரைப் போக்கு
கடைக்கு நாலு கம்பு நடுவுல தண்ணிச் சொம்பு
ஆயிரம் ஐந்நூறுனு எடைக்கல் தராசு
வித்துப்புடுச்சுனா மிட்டா மிராசு
ஆமாஞ் சாமி ஆமாஞ் சாமி

குவிச்ச காய்கறி அவிச்ச வேர்க்கடலை
திரும்புன முனையெல்லாம் கீரைக்கட்டு
வெளுத்த காவியா கேரட் உள்ள தட்டு
பொறுக்கிப் போட குத்தப்பட்ட பாத்திரம்
வெயிலு தனிஞ்சா விளக்கேத்த எம்மாத்திரம்
ஆமாஞ் சாமி ஆமாஞ் சாமி

அழுகிய நாற்றமா உணர வைத்த தீநுண்மி
அங்கு அரசு காவலோ கொஞ்சம் கம்மி
பரவுச்சு பரவுச்சு பகல் கொள்ளையா பரவுச்சு
ஊதா இரயிலா ஊர் முழுக்க திரிஞ்சுச்சு
அத்தியாவசிய நோயினு அலப்பறையா நின்னுப்புடுச்சு
ஆமாஞ் சாமி ஆமாஞ் சாமி

மனுசனக் காணோம் மலர்களக் காணோம்
தள்ளுவண்டி ஏந்திய தக்காளியக் காணோம்
விடியக் காணோம் விழாக்களக் காணோம்
விலையேறிப் போன வெங்காயத்தக் காணோம்
மலையேறிப் போன கடவுளையும் காணோம்
ஆமாஞ் சாமி ஆமாஞ் சாமி

வெல்லத்தக் காணோம் நல்ல உள்ளத்தக் காணோம்
வெள்ளமா ஓடுன வண்டிகளக் காணோம்
சாதி பாத்த சல்லி பயலுகளா இப்ப
சாமி பாக்குதுனு சங்கடம் கொள்ளுறீகளா
கோயம்பேடு சந்த பூட்டுக்கான சாவி
திருமழிசையில் தியாகம் செஞ்சு கிடக்குதாம்
திறந்துக்கோங்கடா உங்க மனச திறந்துக்கோங்கடா
ஆமாஞ் சாமி ஆகட்டும் சாமி
❖

(கொரோனா பரவுதலைத் தடுக்கும் பொருட்டு கோயம்பேடு சந்தை மூடப்பட்ட செய்தி அறிந்து எழுதிய கவிதை)

மலிவு விலையில் மனிதன்

தீ மூட்டப் பட்ட
அன்னாசிப் பழக் குவியலைச்
சுற்றிக் கூட்டமாய்க் கூடியிருந்த
காட்டு விலங்குகளுக்கிடையே
யானை பிரகடனப் படுத்தியது
"மலிவு விலையில்
மனிதன் கிடைக்கிறான்"
❖

(அன்னாசிப் பழத்தினை உண்ணச் சென்ற யானையைக் கொன்ற மனிதநேயமற்றச் செயலைக் கண்டித்து எழுதப்பட்ட கவிதை.)

இனி சொல்வதற்கு ஒன்றும் இல்லை

ஊரடங்குக்குப் பிறகு

கனவு தேசமெல்லாம்
கொரோனா தேசமாக
நோய்த்தொற்று உள்ளவரெல்லாம்
ஜோம்பிஸ்களாகத் திரிய
அதன் தலைவனாய் ட்ரம்ப்
சித்திரிக்கப்படுவார்

உச்ச நட்சத்திரம்
ரஜினி காந்த் கொரோனாவுடன்
மோதும் சண்டைக்காட்சி
பெரும் பொருட் செலவில்
படமாக்கப்பட்டதாய்
விளம்பரப் படுத்தப்படும்

தெர்மல்ஸ்கேன் பதிலாக
தெர்மாக்கோல் பயன்படுத்திய
செல்லூர் ராஜா என்று சமூக
ஊடகங்களில் விருப்பங்கள்
கேலி சித்திரங்கள் அள்ளும்

தீபாவளியை முன்னிட்டு
சரவணா ஸ்டோர்ஸ் அண்ணாச்சி
கரீனா கபூருடன் ஆடிய கொரோனா
நடனம் அரங்கேறும்

அரசியல் மேடையில்
தீநுண்மி கொரோனா
தீபிகா படுகோனா என்று
தவறுதலாக மொழிபெயர்க்கப்படும்

கொரோனாவை கட்டுப்படுத்தவே
கடன் தள்ளுபடி செய்யப்பட்டதாய்
அரசு அறிக்கை விடும்

சில்லரை வணிகத்தில்
சீனாவின் பங்காய்
ஸ்விகி ஸ்மோட்டோவில்
மூன்று இட்லிக்குப் பதிலாக
இரண்டு இட்லி என்று
சிக்கன நடவடிக்கை
மேற்கொள்ளப்படும்

கொரோனாவுக்கு முன்
கொரோனாவுக்குப் பின் என்று
IT ஊழியர்கள் IDகளை
தொங்கவிட்டுக் கொண்டு
அவசர வாழ்க்கையில்
அடங்கி விடுவார்கள்

இரு பெரும் கட்சிகளின்
தேர்தல் அறிக்கையில்
முதலாவதாக மதுக்கடைகள்
மூடப்படும் என்று எழுதியிருக்கும்

வேலைவாய்ப்பை இழந்து
தெருக்கோடியில் நிற்பவர் முன்னே
ஒரு கோடி வேலைவாய்ப்பு
உருவாக்கப்படும் என்று
வாக்கு சேகரிக்கப்படும்

கொரோனாவால்
உள்நாட்டு மக்களே
அகதிகளாய்த் திரிய
CAA, NCR, NRP கணக்கெடுப்பு
காலம் தாழ்த்தாமல் நடைபெறும்

எனவே
சத்துக் குறைந்திருக்கும் சரிதமே
இதையும் சகிக்கத் தயாராகுங்கள்
என்று கூறிக்கொள்ளலாமே தவிர
இனி சொல்வதற்கு ஒன்றும் இல்லை
❖

எழுதி வச்சுக்கோ

காலை மாலை எல்லாம்
கடுநோயால் கண்ணிருண்டுக் கிடக்க
சாலையோரம் சாத்துக்குடி வித்து
சங்கடத்தப் பெற்றவ நான் சொல்லுறேன்

வேண்டிய மழைவந்து வேட்டிய நனைக்க
வேண்டா மழைவந்து வயல மூழ்கடிக்க
நல்ல நோட்டெல்லாம் செல்லாமப் போக
கள்ள நோட்டெல்லாம் கல்விக்கூடமாக

ராகு கேது எல்லாம்
பிடுச்சு வச்ச பிள்ளையாரா
அரச மரத்தடியில் அசராம அமர்ந்திருக்க
மது மாது சூதெல்லாம்
கட்டம் நகருதாம் காட்சி மாறுதாம்

தமிழ்ப்பாட்டன் வரும்முன் காப்பாக
நோய் நாடி நோய் முதல்நாடினு எழுதி வைக்க
கம்ப ராமாயணம் எழுதிய சேக்கிழாரும்
சுதந்திர தினம் சூலையிலுனு உரைத்தவரும்
வசதியா வந்த பின் காப்போமுனு
உசுரு உலையில உச்சமா கொதிக்க
ஊரடங்கு விலக்குனு சொல்லுவானுக
எழுதிவச்சுகோ

❖

(கொரோனாவைப் பயன்படுத்தி அரசியல் பிழைத்தோரைக் கண்டித்து எழுதிய கவிதை.)

பல் படாத பருப்புவடை

உம்மன் புயலின்
தாக்கம் உள் மாவட்டத்திலும்
எதிரொலிக்க அன்று காலை
வைட்டமின்-டி கிடைக்கவில்லை

மாறாக குளிர்ச்சி
குய்யோ மிய்யோ என்று
எண்ணெய்யில் நனைத்த
திரியாய்த் தேகக் கரம் கட்டியது

வினாவுக்கு உரிய விடையாய்
குளிர்ச்சிக்கு ஏற்றச் சூடாய்
பருப்புவடை பக்கத்து
தேநீர்க் கடையில் தன் தேகம்
எரித்துச் சிவந்திருந்தது

சும்மா ஒன்னும் சிவக்கலை

பானைத் தண்ணீருல
குளிச்சுத் தோட்டிய
பட்டாணிப் பருப்பும்

வெயிலில் சூடேறிய
வண்டி இருக்கையா
வரமிளகா நாலும்

பகுத்த
பச்சைமிளகாய்த்
துண்டும்

புலிப்பல்லாய்
வளைந்திருந்த
பூண்டும்

பொடியா
அரிந்ததால
பொடுசுக
கண்ணக் கசக்கும்
சின்ன வெங்காயமும்

உறவுக்கு உப்புச்
சேர்த்து உருவாக்குன
மசாலாவ உள்ளங்கை
மருதானியா தட்டி

சட்டியில முட்டி
நிரம்பிய எண்ணெய்யில
நீந்தவிட நீந்தவிட
திருப்பி விட்டு நீந்த விட
மென் தீயில மொருவா
பொறியிது பொறியிது
செவசெவன்னு பொறியிது

உடச்சுப் பார்த்தா
உள்ளே உலரும் பஞ்சு
கடுச்சுப் பார்த்தா
கரையும் நெஞ்சு

வாங்கச் சென்ற இடத்தில்
வழிப்போக்கனாய் வந்தவர்
ஆதார் மற்றும் குறிசீட்டு (TOKEN) காட்டி
பருப்புவடை கேட்க

கடைக்காரரோ
கடங்காரப் பயலுக
காலையிலேயே வந்துட்டானுங்கனு
நிகழ்நிலை (ONLINE) பதிவுச்சீட்டு
வேண்டும் என்க

AM PM பாராமல் குடிக்கும்
மதுப்பிரியன் மானாவாரியாக
CM மற்றும் PM ஐ வாயில் வந்தபடி
வண்டை வண்டையாய்த் திட்டிச்
சென்றான்

அத்தருணம் பருப்புவடை
பல் படாமல் மெல்லப்பட்டிருக்கும்
என்றே கருதுகிறேன்
❖

புலம்பெயர்ந்த...

என்று
காடுகளைப் புலம் பெயர வைத்து
கட்டுமானங்கள் உருவாக்கினோமோ
மானுடன் மற்ற தேசத்திற்குப்
புலம் பெயர்ந்து சென்றான்

இன்று
கட்டுமானங்கள் எல்லாம்
புலம் பெயர்ந்து கணினிமயமாக
புலம் பெயர்ந்த மானுடன்
மற்ற தேசத்தின் குடியுரிமை
பெற்று அங்கேயே குடியானான்

இத்தருணம்
இயற்கை புலம் பெயர்ந்து
இன்னலாய் மாற
மானுடம் அவரவர் தேசத்துக்கு
அகதிகளாய்ப் புலம் பெயர்ந்து
கொண்டிருக்கிறார்கள்

இன்று போல் நாளையும்
விளைநிலமெல்லாம்
புலம் பெயர்ந்து
விலைநிலமானால்
நம் சந்ததியினர்
விஞ்ஞான மூளைகொண்டு
விடியவிடிய பிச்சை எடுப்பர்
சோற்றுக்கு

வயலும் வாழ்வும் கொள்ள
இதுதான் தருணமென்று
இச்சந்ததியினர்
புலம் பெயர்ந்தால் மட்டுமே
நாளைய சமூகம் நம்மை
ஏசாமல் பிழைக்கும்
❖

உமிழா வெறுப்புகள்

தவறு செய்தனர்
நம் அம்மா அப்பா தானே
என்று விட்டுவிட்டோம்

தவறிழைத்தனர்
நம் ஒட்டு உறவுதானே
என்று ஒதுங்கியிருந்தோம்

தவறி நின்றார்கள்
நம் தம்பி தங்கைதானே
என்று அமைதி காத்தோம்

தவறிச் சென்றார்கள்
நம் நண்பன் நண்பிதானே
என்று நம்பியிருந்தோம்

தவறில்லை என்றார்கள்
நம் மகனும் மகளும்தானே
என்று புன்னகைத்தோம்

தவறை மறைத்தனர்
நம் சகாக்கள்தானே
என்று பொறுமை காத்தோம்

தவறை மறுத்தனர்
நம் நிர்வாகம்தானே
சரி செய்துவிடலாம்
என்று சமாதானம் பேசினோம்

தவறு மேல் தவறு செய்ய
ஓட்டுப் போட்டுவிட்டோமே
என்று ஒன்றும் பேசாமல்
இருந்துவிட்டோம்

இதனால் தானும்
எதுவும் செய்வதறியாது
முழுங்கி முழுங்கியே
மூச்சடைத்துப் போன
இயற்கை இறைவன்
உமிழா வெறுப்புகளாய்
செயற்கை தீநுண்மியை
உமிழ்ந்துவிட்டான்
❖

வெள்ளை அல்வா

விமானத்தில்
வெளிநாடு சென்று வந்தாலும்
இரயிலில்
வெளிமாநிலம் சென்று வந்தாலும்
பேருந்தில்
வெளியூர் சென்று வந்தாலும்
மிதிவண்டியில்
வெளியே சென்று வந்தாலும்
கிடைக்கப் பெறாத
உச்சிகுளிர்ந்த உணர்வு
நுங்கு வண்டியுடன் சென்றுவர
என்னுள்ளே கிடத்தி விடுகிறது

நுங்கு மட்டையின்
மூன்று கண்களை
கூர்ந்து நோக்கும்
என் இரண்டு கண்கள்
அச்சமயமே உலாவரும்
புரியாத ஒலி அலைகளைத்
தமிழாக்கம் செய்து
திரையில் வீசுகின்றன

கருப்பும் பச்சையும்
கைகோர்த்த நிறங்களாய்
இரு நுங்கு மட்டை

இதை
இணைக்கும் அச்சு
சிறு கிடைக் குச்சி

கை உசந்த ஒரு
கவனைக் குச்சி

அவ்வளவுதான்
மண்ணோடும்
நம் மனதோடும் புரள
தயாராகிவிடும்
நுங்கு வண்டி

மரத்தடியிலோ
தேரடியிலோ
விவசாயிகளிடம்
விலை பேசாமல்
நான் வாங்கி வந்த
நுங்குகள் இன்றும்
என் மனதில்
சிறுவர் உலா
வருகின்றன

அவர் பிரசவம்
பார்த்த மருத்துவராய்
நுங்கினை பனை
ஓலையில் முடிந்து
தருவார்

நானும் அதை
சற்றே பிளந்து
நெளியும் குழந்தையாய்
கையில் ஏந்தி
வருவேன்

ஒட்ட வைத்த
இரு உள்ளங்கைகளில்
நுங்கினை ஏந்தும்போது
அதை பனிக்கு வெள்ளை
ஜமுக்காளம் போர்த்தப்பட்ட
என் இதயமாகக் கருதியதும்
உண்டு

இந்தக் கூழ்மக் கட்டியான
நுங்கினை ருசிப்பதும்
குட்டிக்குட்டிக் கவிதைகளைப்
புசிப்பதும் ஒன்றுதான்

நுங்கு
கிராமவாசிகளுக்கு
இயற்கை அன்னை
செயற்கை நிறமிகளற்று
செய்து தந்த வெள்ளை அல்வா

நகரவாசிகளே
உங்கள் வெள்ளை அணுக்கள்
வெப்பத்தால் வெந்து சாகும் போது
இந்த வெள்ளை அல்வாவை
ருசிக்கும் வாய்ப்புக் கிடைத்தால்
நழுவ விடாதீர்கள்
❖

களவாணிகளின் கைகளிலும் கருப்புக்கோடி

தாலிக்குத் தங்கம்
கொடுத்த அம்மாவின் அரசுதான்
தாலிக்கு பங்கம் சேர்க்கும்
மதுக்கடைகளைத் திறந்திருக்கிறது

தாய் சேய் அக்கறைகொண்டு
பாலூட்டும் அறைகளைத்
திறந்த அம்மாவின் அரசுதான்
தாய் சேய் அக்கறைகொண்டு
மதுவூட்டும் வீடுகளைத்
திறம்பட திறந்திருக்கிறது

நிதி கொளுத்த
மது உற்பத்தியாளர்கள்தான்
எதிர்க்கட்சிப் போர்வையில்
நிதிநிலை அறிக்கை கேட்கின்றனர்

இருபாலினத்தவரை
திருநங்கைகள் என்று அழைத்த
நம் சமுகத்தை இன்று
மதுவின் ‘பால்’இனம் கொண்டவர்களை
மதுப்ரியர்கள் என்று அழைக்க
உந்துகின்றனர்

கட்சிக்கொடிகளை
மதுவில் ஊறப்போட்டு விட்டு
கருப்புக்கொடியை
ஏந்தியுள்ளனனர் இந்தக் களவாணிகள்

❖

வாகைத்திணையின் வாசம்

இன்றைய தினத்திலே
மாதா பிதா குரு
தெய்வமெல்லாம்
மருத்துவர்கள்
செவிலியர்கள்
காவலர்கள்
துப்புரவுப் பணியாளர்கள்

உலகப் பொருளாதாரத்தை
கொரோனா தன்
ராட்சச நாக்கால்
வாரிச் சுருட்டி பீடாவென
ஒருபக்க வாயால் மென்று
தின்று பளீரென எச்சங்களை
தேசத் தலைவர்களின்
மூஞ்சிகளில் துப்புகிறது

மறுபக்கம்
தன் பெரும் தீணிக்கு
சடல சுரங்கங்களை உருவாக்கி
அதில் எப்போதும் சாவுமணி
அடித்துக்கொண்டிருக்கிறது

பணக்காரப் பட்டியலில்
இருந்தவர்களெல்லாம்
ஏற முற்படுவதற்குள்
அதைக் கொரோனா
பாதாளக்குழியாக்குகிறது

இருமலும் தும்மலும்
அணுஆயுதமாய்
அவதாரம் எடுத்திருக்கின்றன

ஆம், எட்டுத் திசைக்கும்
பயணிக்க
பாரதியார் பாட்டு
தேவையில்லை
ஒரு இருமலோ தும்மலோ
போதும்

ஊரடங்கு ஊரடங்கு என்று
காக்கையாய்க் கரைந்தாலும்
தெருநாயாய்க் குரைத்தாலும்
தன் உயிரினை
முகக்கவசம் அணிந்த எமனிடம்
அடைக்கலம் கேட்டு
பேரம் பேசிவிட்டுத்தான்
உதவி வருகின்றனர்
மருத்துவர்கள் செவிலியர்கள்
துப்புரவுத்தொழிலாளர்கள்
காவலர்கள்

என்ன தொட்ட நீ கெட்ட
என்று கொரோனா நோயாளிகள்
காட்சித் தந்தாலும் தன்
கரங்களால் கருணை வேலி
முடிக்கின்றனர் மருத்துவர்கள்
செவிலியர்கள்

இந்நேரம் கொரோனா
என் சதைகளைக் கொறித்துத்
தின்றுகொண்டிருக்குமோ
என்ற அச்சத்தால்

கொஞ்சத் துடித்த தன்
பச்சிளம் குழந்தையைக்
கொஞ்சாத முத்த வார்த்தைகள்

ஒட்ட நினைத்த
உறவுகளை ஒட்டாது
ஒடுங்கிய கைவிரல்கள்

அவளுக்கு என்
ஸ்பரிசம் தேவையென்று
தேடிவந்த கணவனைத்
தேக்கி வைத்தப் பார்வைகள்

இதை மீறி
முகம் நெளித்து வரும்
கண்ணீர் திரவத்தை
திடப்பொருளாய்
அடக்கி அடக்கி
மேடான தொண்டைக்
குழிகள்

கடுக்கும் சிறுநீரை
கவச உடையால்
கழிக்க மறுத்து
கழுத்தைத் திருப்பி
கண்களைச் சுருக்கும்
ஊசி வலிகள்

மருத்துவமனையில்
வாடகை தராமல்
குடியிருக்கும்
இரசாயன வாடைகள்
இரத்த வாடைகள்

இவர்களிடத்தே
அன்பும் கடமையும்
இப்படித்தான்
குத்துச்சண்டை
போட்டுக்கொள்கிறது
ஒரு வார்டில் அப்பா
மறுவார்டில் கொரோனா நோயாளி

இருப்பினும்
இதழ் சிரித்து
நோயாளிகளின்
இன்னுயிர் காக்கும்
மருத்துவர்கள்
செவிலியர்கள்

இப்போது
சிரிப்பு போலீஸையெல்லாம்
சிரம் தாழ்ந்து
வணங்குகின்றனர்
வெளியே வராதீர்கள்
வெளியே வராதீர்கள் என்று

கத்திக்கத்தி
கரகரத்தக் காவலர்களின்
குரல் ஒலிகளைப்
பெருக்குகிறது
ஒலிபெருக்கி
கடை வீதிகளில்
சாலைச் சந்திப்புகளில்
ஊர் எல்லைகளில்

குற்றவாளிகள்
உலாவித் திரிய
காவலரின் குடும்பமும்
குழந்தைகளும்
சிறையில் இருக்கின்றனர்
வீட்டுச்சிறையில் இருக்கின்றனர்

கோடையின் கோபமும்
வெப்பத்தின் வெறுப்பும்
காக்கிச்சட்டையைத்தான்
கண்வைக்கின்றன

மிடுக்கானத் தொப்பி
மீள்பார்வை பெல்ட்
மிரட்டும் பூட்ஸ்
எல்லாம் கசகசத்து
தன்னையே
கடிந்துகொள்கின்றன

புழிந்துபுழிந்து
போட்டாலும்
புளித்தபாடில்லை

இருப்பினும் நம்மை
வீட்டிலேயே குளித்து
குளிர்காயப் பணிக்கின்றனர்
காவலர்கள்

இதுவரை சொரிந்து கொண்டிருந்த
அகிலம் இப்பொழுதுதான்
அறிந்து கொண்டிருக்கிறது
துப்புரவுத் தொழிலாளர்களின்
அருமையை

உண்மைதான்
நாம் சப்பிச் சப்பித் துப்பிப்
போட்ட எச்சில்களை
ஏந்திஏந்தி ஏழு காசு
சேர்க்கும் ஏழைகள்
இவர்கள்

மனிதக் கழிவுகளை
மனிதனே அகற்றும்
கொடுமையை
கொரோனாவும்
கூர்ந்து கவனித்துவிட்டதோ

சகதி கால்கள்
சாக்கடை கைகள்
சாகும் கண்கள்
கொண்ட இவர்கள் மீதுதான்
சாதியக் கண்ணும்
சற்று அதிகமாக உள்ளது

இதோ கொரோனாவுக்கு
எதிரானப் போராட்டத்தில்
இவர்களால்
வாகைத் திணையின்
வாசம் வீசப்போகிறது

❖

ஆசிரியரின் பிற கவிதை நூல்கள்:

1. நெஞ்சே எழு
2. தூண்டில் புழுக்கள்
3. இனிப்பு கரித்ததடி
4. சொல் கேளா சொற்கள்